సంధ్యారాగం

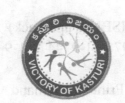

కస్తూరి విజయం
VICTORY OF KASTURI

భమిడిపాటి గౌరీశంకర్

ALL RIGHTS RESERVED

All rights reserved. No part of this publication may be reproduced, stored in or introduced into a retrieval system, or transmitted, in any form by any means may it be electronically, mechanical, optical, chemical, manual, photocopying, or recording without prior written permission of the Publisher/ Author.

Sandya Raagam
of
Bhamidipaati GowriSankar

Copy Right: Bhamidipaati GowriSankar

Published By: Kasturi Vijayam
Published on:

ISBN (Paperback)
978-81-974474-1-9

Print On Demand
Ph:0091-9515054998
Email: Kasturivijayam@gmail.com
Book Available
@
Amazon, flipkart

ఓ మంచిమాట

జి.వి. స్వామి నాయుడు
గురజాడ విద్యాసంస్థలు
శ్రీకాకుళం

    మా గురజాడ విద్యాసంస్థల అనుబంధమైన గాయత్రి డిగ్రీ కళాశాలలో ఆంధ్రోపన్యాసకునిగా విద్యా సేవలందిస్తున్న శ్రీ భమిడిపాటి గౌరీశంకర్ కథా రచయితగా సాహితీ పాఠక లోకానికి సుపరిచితులు. చక్కని సామాజిక స్పృహతో వచ్చిన వీరి రచనలు పోటీలకు నిలబడి ఎన్నో బహుమతులు, ప్రశంసలు అందుకున్నాయి.

    ఏడు కథా సంకలనాలు పాఠకుల ప్రశంసలకు ఆలవాలము. నేడు ఈ "సంధ్య రాగం (కవిత్వం)" వెలువరించడం అభినందనీయం. కథా, కవితా రచయితగా, పత్రికా సంపాదకునిగా, అధ్యాపకుడిగా, సౌమ్యశీలిగా, నిరాడంబరుడిగా, నిగర్విగా, నిబద్ధత తో కూడిన జీవనశైలి గలిగిన శ్రీ గౌరీశంకర్ గారు మా సంస్థలో ఉద్యోగి కావడం మా సంస్థ అదృష్టంగా భావిస్తూ – అభినందిస్తూ, ఉన్నత సోపానాలు అధిరోహించాలని ఆకాంక్షిస్తూ... గాయత్రి మాత చల్లని దీవెనలు ఎల్లవేళలా వీరికి ఉండాలని, ఆయురారోగ్య భోగాలతో విలసిల్లాలని కోరుకుంటూ....

జి.వి.స్వామి నాయుడు
శ్రీకాకుళం

అభినందన చందనం

డా॥ పులఖండం శ్రీనివాసరావు
రాష్ట్రస్థాయి ఉత్తమ అధ్యాపక పురస్కార గ్రహీత, ప్రిన్సిపాల్
శ్రీ గాయత్రి కాలేజ్ ఆఫ్ సైన్స్ & మేనేజ్మెంట్
శ్రీకాకుళం

సౌమ్యశీలి, నిరాడంబరుడు, సహృదయుడు, సజ్జన సాంగత్యాభిలాషి, నిగర్వి, ప్రచారపేక్ష నిరపేక్షక కథారచయిత శ్రీ భమిడిపాటి గౌరీ శంకర్ గారి కలం నుండి జాలువారిన 'సంధ్య రాగం (కవిత్వం)' పుస్తకంగా తీసుకురావడం సంతోషదాయకం. ఇదే ఆయన తొలి కవిత్వం కావడం ఆనందం. దాదాపు తెలుగు పత్రికలన్నీ గౌరీశంకర్ రచనలను ప్రచురిస్తున్నవి.

ఈ రచయిత జన జీవనం లోని, సామాజిక అంశాలపై స్పందిస్తూ, అక్షరాల మణిదీపాలను వెలిగించి, దోషరహిత సమాజ పురోగమనానికి దారి చూపించే మార్గదర్శి. అటువంటి సమున్నత భావశబలత గలిగిన శ్రీ భమిడిపాటి మరిన్ని రచనలతో లోకాన్ని ప్రదీప్తం చేయాలని ఆకాంక్షిస్తూ....శ్రీ గౌరీశంకర్ గారికి అభినందన చందనం.

డా.. పులఖండం శ్రీనివాసరావు
30.07.2024
శ్రీకాకుళం

అంకితం

స్నేహశీలి, మృదుస్వభావి, వీడని చిరుమోము నేత్రావి ...

బాల్యమిత్రుడు....

శ్రీ బంకుపల్లి కాశీ విశ్వనాథ శర్మ (విశ్రాంత జె.ఏ.ఓ. ఏపి ఈపిడిసియల్),

భాను దంపతులకు

స్నేహపూర్వకం గా....

రచయిత

భమిడిపాటి గౌరీశంకర్

ఓ నాలుగు మాటలు

కవి హృదయం కవిత్వానికి అంకితం

కలల వాకిళ్ళు కవి అంతరంగం

ఇది అక్షర సత్యం

"కవిత్వానికి నేను దూరం, కథకు నేను దగ్గర" అంటూనే తన కవిత్వం పై ప్రేమతో ఎందరినో కవితా పిపాసులుగా చేసిన కవితా ప్రేమికుడు శ్రీ భమిడిపాటి గౌరీశంకర్ గారి ప్రేమను చూస్తాం, వింటాము, అనుభవాల్లో తెలుసుకుంటాము. కవిత్వంలో తన ప్రేమను అక్షరాల మూట కట్టి, ఒక్కసారిగా విదిల్చి మధురమైన భావాలను ఒక్కో కవితలో అమర్చిన వైనం సుమధురం. కవిత్వం అర్థమవ్వాలంటే కవి హృదయంలోకి తొంగి చూడాలంటారు. ఆ మది నుండి వచ్చే ప్రతి మాట, ప్రతి భావం కవిత్వమై మనసున వెన్నెల్లో విహారింపచేస్తుంది, మనస్సు మల్లెలు పూయిస్తుంది..

కవిత్వంలో ఎన్నో వస్తువుల, దృశ్య మాలిక మన ఈ సంధ్యారాగం. రచయిత ప్రకృతికి ఇదంతా దాసోహం అంటారు. పదాల వాడుక, భావజాలం ఆవిష్కరణలో కొత్త కోణంలో కవి ప్రేమను తెలుపుతాయి. ప్రేమను 'హృది'తో చూస్తాము, కొందరి 'మాటల్లో' వింటాము, కాని కవితల్లో ప్రేమను ఒక హక్కుగా భావిస్తాము. ఈ రచనలో ప్రతీ శీర్షిక ప్రేమకు చిహ్నామే, ప్రతీ కవిత ప్రేయసి కోసం అన్వేషణా మార్గమే.

ప్రేమ ఏపాటిదో భమిడిపాటి వారి కవిత్వంలో దృశ్యమానం. నూతన పద చిత్రాలలో రూపంలో ఆవిష్కరించిన వైనం ప్రశంసనీయం

ఉదాహరణను 'నిన్నటి రేయి అన్న కవితలో' ...

మనసులో ఏదో భయం.....

దూరంగా ఓ దీపం

అస్పష్ట రూపం... వెలుగు కిరణం

నన్ను దగ్గరకు మళ్లిస్తూ

నా దగ్గరకు రమ్మంటూ

నీ ఒడిలో నేను

అన్న కవి హృదయ లోతు భావాలు మనల్ని ప్రేమ భావనా దిశగా మళ్లిస్తాయి. నిజమైన ప్రేమకు ఈ సమాజం దూరమైనప్పటికీ, కవి హృదయం ఎప్పుడు దగ్గరగానే......

'రాపిడి ప్రేమ' శీర్షికలో... 'నీ, నా, కానీ పదాలు మన మధ్యలో లేవు/ వాటికి తావేలేదు/. 'మనం' అనే భావానికి మాత్రమే మనం వారసులం' అనే భావ ప్రకటన అద్భుతం.

'నీ కంటి స్పర్శ

నా కర స్పర్శ

నీ మనసు నాదే కదా

అదే ప్రేమ ఇచ్చిన హక్కు' అనే పదాలు మనసుల్ని ఒక్కోసారి అడవిదారుల వెన్నెల్లో నిలుపుతాయి... నిజమే ప్రేమ ఒక హక్కే......!?

ఈ సంకలనం లో ప్రేమ, ప్రకృతి, కవులు, వారి భావాలు, వారి ఆవిష్కరణలు.... కృష్ణపక్షం, శృంగారనైషధం ఇలా ఎన్నో కవితా వస్తువులుగా వన్నె తెచ్చుకున్నాయి, అందలము ఎక్కాయి.

ఎం. లక్ష్మి,

తెలుగు లెక్చరర్,

వి. ఎస్. ఎమ్. కళాశాల,

రామచంద్ర పురం

కృతజ్ఞతలు

'సంధ్యారాగం (కవిత్వం)' పుస్తకరూపంలో రావటానికి తెర వెనుక మిత్రులకు కృతజ్ఞతలు తెలుపుకోవటం నా ధర్మంగా భావిస్తాను.

నన్నెంతగానో అభిమానిస్తున్న, ప్రోత్సహిస్తున్న గురజాడ విద్యాసంస్థల అధినేత శ్రీ జి.వి. స్వామి నాయుడుగారికి....

ఈ పుస్తకాన్ని అంకితం స్వీకరించిన నా బాల్య మిత్రుడు బి. కాశి విశ్వనాథ శర్మ, భాను దంపతులకు...

నన్ను నిరంతరం ప్రోత్సహిస్తున్న గురుతుల్యులు.... స్నేహశీలి... మధురవచస్వి సాహితీ మూర్తి.. మా కళాశాల ప్రిన్సిపాల్ డా॥ పులఖండం శ్రీనివాసరావుగారికి....

నా ప్రతీ పుస్తక ప్రచురణకు ప్రోత్సాహమిస్తున్న మంచి మిత్రులు, సీనియర్ జర్నలిస్టు శ్రీ సదాశివుని కృష్ణగారికి ...

నా మిత్రులు చందు, కామేశ్వరరావులకు...

కష్టమైనా అభిమానంగా తన ఫోన్ లో కవితలను టైపు చేసి ఇచ్చిన ఎం. లక్ష్మి గారికి,

నా సోదరుడు శ్రీ జగన్నాధరావు, వదినలు.. మరదలకు...

– రచయిత
భమిడిపాటి గౌరీశంకర్

కవితాసంపుటి

1. నీ ఆలోచనలతో 1
2. నీ... వెక్కడ 2
3. లేలేత శీతల పవనాలు 4
4. తలపుల వేళ 5
5. శుభరాత్రి.... శుభోదయం 7
6. నీ ప్రేమ లేకుంటే 8
7. నిరీక్షణ 10
8. ప్రేమ వరాలు 13
9. నిన్నటి శిల 14
10. నిరీ 'క్షణం' లో ఉందిక్షణం 15
11. కలలన్నిటి 'నీ కన్నుల్లో' 17
12. నా పెదవులకు పని కావాలి 19
13. జారిపోతున్న నీరవం 21
14. నీ ప్రేమలేని జీవితం 24
15. ఓ జ్ఞాపకం 25
16. ఎడారిలో నీడలా 27
17. మేఘసందేశం 30
18. మనసు పలికే తొలిముద్దు 32
19. నువ్వొస్తావని 34

20. 'కల' రాదు 35
21. ఓ నిశివేళ 36
22. అనుభవాల జడిలో ... ఓ ఆర్తి జడ 37
23. రాత్రివేళ జ్ఞాపకాల ముప్పిరి 38
24. రస ప్లావిత అనుభవసారం 39
25. నిన్నటి రేయి 41
26. శరీరాల రాపిడిలో ప్రేమ...!? 43
27. మూగ మాటల – ఊసులు 44
28. ప్రేమ గతమున కొంచెమే 45
29. ఓ పున్నమిరేయి 46
30. ఓ నెలరేడు 47
31. నడిచే.... 'లు' 49
32. జీవితమొక 'ఆశ' 50
33. అలరించిన అమ్మమ్మ ఇల్లు 51
34. కాసిన్ని మాటలు 54
35. నీవే లేకుంటే నేనక్కడ 56
36. విజేత 58
37. చదువుల తల్లికి నూరేళ్లు 60
38. చివరిగా నాదో మాట 61

సంధ్యా రాగం

ରଙ୍ଗଭୂମି

సంధ్యా రాగం

నీ ఆలోచనలతో......

నిన్న రాత్రి నిదుర లేదు
నీ తలపుల జడిలో

మనసుకు శాంతి లేదు
నీ మనసు మౌనంతో

కన్నులు మూసుకోలేదు
మనసు నీ నీడలు వదిలి
నిద్రిస్తుందని

నీవు నాకు కావాలి
సమయం ఆగిపోవాలి
కానీ ఎలా? ఈ ఆలోచనలు
ఆగేదెలా....

మనస్సు నిలకడగా
నిలబడేదెలా
ఆశలకు వేగం ఎక్కువైనట్టు
మనస్సుకు మరింత వేగం

నీ... వెక్కడ

గాలినడిగా నీ ఉనికిని
నీటినడిగా నీ శ్వాసని
నన్ను నేనడిగా
నీ వెక్కడని

కానీ జవాబు రా(లే)దే....
మెల్లని పి (పూ)ల్ల తెమ్మెర.
చల్లగా పలకరించిన ఓ గాలి తెర
ఆ......
తెలిసింది.....
నా అణువణువునా నీవే నని....

నీ గురించి తెలిసింది
నీవే నేననీ ఊహ కలిగింది.
ఊహ సైతం మన ప్రేమకు వారధిలా
ప్రేమ ఉరకలకు హద్దులతో

ఊహలు అవసరమే
ఆనంద దాయకమే
నాలో నిన్ను నేను ఊహించుకున్న వేళ
మనకు ఎన్ని దగ్గరి పోలికలో

సంధ్యా రాగం

చేతిలో చేయి వేసి పెన వేసుకున్నప్పుడు
చేతి రాతలు సైతం ఒక్కటైపోయినట్టు
మనం ఏకమైనట్టు
ఎన్ని ఊహలో....

లేలేత శీతల పవనాలు

నా మనసును తాకి
నీ చేతి స్పర్శను గుర్తుకు
తెచ్చాయి

ప్రతీ పువ్వు........ పులుగు
నీ రూపాన్ని దృశ్యమానం చేసాయి
నీ కనుల వెలుగు నా మనసును
ఇంకా తడుము తూనే వుంది
నీ.....నా.....ప్రేమకు.
మెరుగులు దిద్దుతూనే వుంది

ఇవ్వనివి అడగటం ప్రేమలో ఓ కిక్
ఇచ్చినా తీసుకునేందుకు
రాలేక పోవటం....ఓ ట్రిక్

ఈ ఒప్పందాల నడుమ
నడవటమే మన ప్రేమకు
నిజమైన అర్థం

సంధ్యా రాగం

తలపుల వేళ

నిన్న కనులు మూతపడలేదు
కనురెప్ప పాటులో
నీ రూపం కనుమరుగవుతుందని....

నిన్నంతా కడుపు నింపలేదు
ఆకలి నన్ను నీ నుండి
దూరం జరిపేస్తుందని....
నీ మనసు వీడలేను అందుకే..

కానీ..
అలా... క్షణం మాత్రం...
నీవు దూరమవ్వలేవని
మనసు చెబుతున్నా...
వీడని భయం నన్ను వెంటాడుతూనే వుంది

ఈరోజు కనులు మూసి
'తలపులు ' వేసి... నిన్ను
మనసున బంధించేను
నాదానిగా... నీ దానిగా
నేనంటూ... నిన్నే (చే) చూసుకుంటూ

నీ కోసం నిరీక్షిస్తూ......
ఆ చూపుల బాటలో
మరణం నన్ను ఆవహించినా
నాకు ఇష్టమే......

శుభరాత్రి..... శుభోదయం

'శుభరాత్రి', 'శుభోదయం'
ఈ రెండింటి మధ్య నడుమ కాలం
నిన్ను 'మనసున ఉంచిన క్షణం
నాకెంతో ఆనందం'

కానీ......
ఈ రెండక్షరాల నీ మౌనం
నాకెందుకో కలిగిస్తుంది నిరుత్సాహం
నీ మాట వినకుంటే
నీ 'చూపు' లేకుంటే

నా కల... ఆరాటం..... ఒక్కటే
నీ 'ప్రేమ' నాకందదేమోనని....
అందుకోలేనేమోనని...
అనునిత్యం ఎదలో భయాన్ని నింపుకుని
అశాంతితో రోజులు గడిపేస్తున్న ఓ ప్రేమికుడిని

భమిడిపాటి గౌరీశంకర్

నీ ప్రేమ లేకుంటే

జీవితం చిన్నది
నీప్రేముంటే......
విశాలమైనది

నిన్ను చూడని కన్నులు
నీవు లేని ఊహలు
నీ రూపంలేని 'ముఖ' కలువలు
విరబూయవు నవ్వుల... పువ్వులు

నువ్వులేని సమయం
నీ నవ్వులేని క్షణం
నా 'మనసు'న విరహం

జీవితం చిన్నది... కాదు
విశాలమైనదని చెప్పేది
నీ స్పర్శలోని మృదుత్వం
అవునా...... కాదా... చెప్పవా

చుక్కలలో ఆకాశం
పువ్వులలో ఓ పారిజాతం
చిరునవ్వులలో నీ ముఖారవిందం
చూడని క్షణం.....
తక్షణం నాకు శూన్యం

శూన్యమంత తపన
నిశాంత నిశ్శబ్దం
నీరవ నిర్జీవంలో నీ చిరునవ్వు
వెలుగు రేఖల విచ్చల విరి పువ్వు
అందుకే.... నాకు కావాలి నిరంతరం నువ్వు

నిరీక్షణ

నిరీక్షణం...
ఓ తీయని జ్ఞాపకం
జ్ఞాపకాల ...
సుదీర్ఘ నిరీక్షణకు ఫలితం
నీ పరిష్వంగానం లో
వాటిని దారిజేరినాక్షణం
నాకిప్పటికీ ....
ఓ మరపురాని స్మృతి చిహ్నం.

నీ ప్రేమలో రెండూ
అనుభవించిన క్షణం
నాకిప్పటికీ...
ఓ స్మృతి చిహ్నం

నిన్న నీవు కనిపించిన సమయం
రాత్రివేళ ఓ తీయని కలవరం
అదో.... మరచిపోలేని ఓ మధుర స్వప్నం
చేజారిన మృధు శిల్పం.

నిజం...
నీ ఉనికి.... అస్తిత్వం...
కానీ.....
దానికేది 'నును వెచ్చని' అనుభవం

కౌగిలింతలు... వద్దు లే
ముద్దులా....
అవి జ్ఞాపకాలకు తుదిమెట్లు
అసలొద్దు....

జీవితమంతా కావాలి....
నీ మాటల పరిమళం
నీ ' అనుభూతి' అనుభవం 3
వీడని శాశ్వత బంధం

నీ నిరంతర ప్రవాళ ప్రేమ ప్రవాహం
ఇది చాలదు.....!?
నీ....నా... అస్తిత్వ శాశ్వత ప్రతీకగా.....
ఏమంటావ్....
సమాధానం చెప్పాలి సుమా...

ఎలా అని అడిగేవు...
మెల్లగా..... నా మనసుకు తాకేలా
నీ మనస్సుతో రాగ కోకిల గానం లా
నేను 'మది తలుపు' తెరచి ... చెప్పేనా ...?

అంతే.....
ఇది అలుసంటావా....
కానే కాదు హక్కంటాను...
నీ తోనే బ్రతుకంటాను...

ప్రేమ వరాలు

మనసు మొద్దుబారి
'మనిషి' అస్పష్ట యుద్ధ 'బరి'
ప్రేమ దారి చూపే నిర్ఝరి
నీవు... నా ప్రేమ సిరి

నీ నీలో నా.. నీ .. మనసు "యుద్ధం"
గెలుపోటములు
ఎవరి సొంతమైనా ... ఒక్కటే
నీవు నేను వేరు కాదు కదా !

ఒక్కటే అని చెప్పేందుకు
మనసుల 'భావాలు'
మనం చెప్పుకున్న 'ఊసులు'
చాలవా

అయినా - ఇవన్నీ చెప్పుకోవాలా
వివరాల ... విస్పష్ట వివరణ
మన ప్రేమలో కుదరదులే
అన్నీ 'పోగేసుకున్న' ప్రేమ విలువలే

నిన్నటి శిల......

నిన్నటిదాక శిలనైనా
ఇది ఓకవి వేదన
'నీవలన' 'శిల' శిల్పమైనా
ఇదో ఆధునిక ప్రేమ భావన

శిలకు 'ఉలి' ప్రేమ
ప్రేమ.... 'శిలను'
శిల్పంగా మార్చే
ఓ..... మాధుర్యపు.... చిరునామా...

నాకు... అది నువ్వే...
అందుకే... నిన్నటి దాకా శిలను
నేటి నుండి 'నీ' వాడను
నీ 'మనసు' నాదేననుకుంటాను....

నిరీ 'క్షణం' లో ఉందిక్షణం

క్షణం..'నిరీక్షణం'కష్టం
కాలం నేర్పే పాఠం
ఇది... ప్రేమకి కాదు ఆరాటం
కొన్ని నాళ్ల దూరం
చేస్తుంది మరింత నష్టం

నష్టం మనిషికి కాదు మనసుకి
అయినా...
నా మీద నీ కున్న ప్రేమ
నీ మీద నాకున్న తపన
ఓ... కర్పూర పరిమళం

వీడని... వాడని
కస్తూరి సుగంధం
అందుకే..
ఎన్నాళ్లయినా ఈ నిరీక్షణ

నాకో జన్మజన్మల 'శిక్షణ'
మనసుపడే తపన
మనిషి పడే వేదన
ఇదే మనోవేదన

కోరిక
చెబితే ఓ క్షణం
కానీ....
కాదంటే ప్రేమకు చివరిక్షణం

అవునన్నా... కాదన్నా
మనసు ఆగదు....
అడగకున్నామాట వినదు....
చెప్పాల్సిందే ...

సంధ్యారాగం

కలలన్నిటి 'నీ కన్నుల్లో'

కలలన్నిటి 'నీ కన్నుల్లో'
నింపుకుని నిదుర
పిలుస్తున్నా
రాలేనని మృదువు గా
నచ్చచెప్పి

కలల చిట్టా తిరగేసే
పనిలో నిమగ్నమయ్యాను
ఆ కలలో నేనొక కవిని
మనసు పారేసుకున్నపిపాసిని

నువ్వేమో ఆత్మీయతా చిరునామా
రోజూ నా కలలోకి వచ్చి
నీ ఎద చాటున దాగి ఉన్నది
నేనే కదా నంటూ...
అంటూ నన్ను మరిపించె,
లోయలోకి నెట్టినట్టు మైమరిపించి

మెలకువ వచ్చి చుట్టూ
చూసుకుని ఇది కల ని

నా మనసుకి నచ్చ చెప్పి
'కలంతో బదులిస్తాను

ముంగురులు తిరిగిన
తలను వెనక్కి మళ్లించి
కోరికలను కట్టిపెట్టి
అందాలను అక్షరాలతో

అలంకరించే పనిలో
నిమగ్నమైపోయాను
నీ అందానికి
నా అక్షరాలు సైతం
కొత్త అర్థాన్ని సంతరించుకునే పనిలో
తన సత్తాను చాటుకుంటున్నాయి

నా కలల జాగృతిలో
నీవు చెరగని పేజీవి
తరగని ప్రేమవు
చెరగని ముద్రవు

సంధ్యా రాగం

నా పెదవులకు పని కావాలి

నీ పేరునే పలుకుతూ ఉండమని
మరి మాకేమిస్తావ్
అన్నాయ్ చేతులు
నవ్వి....

ఏ ముంది
ఆమె పేరును సృజించమన్నా
మనసు మాత్రం..
మారాం చేస్తున్నది....
నాకెందుకింత పని అని.

ఏం... చేస్తాం.. నీ పేరును నిరంతరం స్మరణ తేవటమే
దాని పని
దానికి విరామమే లేదే
అదో తీయని అనుభూతి

అదొక వరం
అదొక అద్భుతం
నా జీవితం అందులోనే
గడపటమంత

వేరే ఎందులోనూ నాకు
ఉండదేమో
బహుశా అసలు అటువంటి
అనుభూతే ఎక్కడా ఉండదేమో......

జారిపోతున్న నీరవం

కదిలిపోతున్న జాబిలి రూపం
నిరంతరం నిరీక్షణ ఫలం
నీవు నాదగ్గరవటం
నేనూహించని నిజం

మన చేతులు నుంచి
జారిన ఇసుక
కరుగుతున్నా... కదలని కాలం
కాదనలేని 'శ్వేద' చిత్రం

మెల్లగా స్పృశిస్తూ
పెదవులు పలికే రాగం
ఓ చిరుగాలి గానం
నిశ్శబ్దపు మనసుల
మాట....

ఏ తీరంలోనూ కనిపించని
విరహపు వెన్నెల వేట
నులి వెచ్చని నెచ్చెలి కౌగిలి
ఆశల .. నెగడుల జ్వాలల్లో

అది ఆరని ... మది నిండిన 'జ్వలనం'
గులాబీ అత్తరు పరిమళం

ఈ భావం ఓ ఊహ
కాని.. కారాదు.. అపోహ
కావాలి.. తీయని
జీవితపు మధురోహ

నిదురపోని సగం రాత్రి
నిరాశతో... నిట్టూర్పులతో
ఎందుకో ఏమిటో
అని... ఆలోచిస్తే...

ఒంటరితనపు శయాజాగారం
నీ... దగ్గరతనం లేదంది...
మనిషిగా కాదు మనసుగా....
ఆ ప్రేమ స్పర్శ... ఓ రస పరామర్శ

ఆ కనులు కాంతి... ఓ ప్రేమ పూర్వక శాంతి
ఆ మాటలు... రత్నాల మూటలు
నీ గొంతు మాధుర్యం
రసరమ్య మకరందం

ఇదంతా...ఓ...కల్పన...?
వాస్తవం...ఓ చిత్ర కల్పన ?
కాని...
నిజం కావాలనేది....నా మనోచిత్రణ

నీ ప్రేమలేని జీవితం

నీ ప్రేమలేని జీవితం
మాధుర్యం లేని సంగీతం
నీతోడులేని 'జీవనం'
అనుక్షణం... అశాంతిమయం

నామీద నీ హక్కు ఒక తీయని మాధుర్యం
నీ మనో సౌందర్యం
రస శీతల పవనం
మందస్మిత నీ వదనం

కాని......
ఏది... చూపవే ..!? కరుణ ...
ఆ వలపుల వలలో ఉయ్యాలలూగనా
తీరం ఎటు చేరినా

నాకు సంతోషమే
స్వర్గమైనా
నరకమైనా
నీతో పయనం
నాకో వరమని
ఈపాటికే నీకు తెలిసుండాలే ...!?

ఓ జ్ఞాపకం

నీలాకాశం... నక్షత్రాలు
వెల వెలమన్నాయి
నెలవంక లేదని...
అర్థం లేనివీ రాత్రులని

నా మనసు కళ వెళ పడింది
ఆర్ద్రత నింద లేదని
నీ....కరస్పర్శ..... నా పెదాలను తాకలేదని
నీ కనుల 'నువ్వు' నాకు చేరలేదని

శరీర గంధం వాడింది
ఎడద శూన్యమావరించింది
నీవు లేని రాత్రి... నిర్జీవమనిపించింది
నిదుర నీకెందుకులే నంది

అంతలోనే
ఓ జ్ఞాపకం... తటిల్లతలా
మెరుపులేని... ఇంద్ర ధనుస్సులా
నిలువెల్లా... నా తనువంతా

నీ కౌగిలింతతో తడిసిందని...
ఊహల్లో... మధుర జ్ఞాపకమీదని
మనసు తట్టి లేపింది
శత పవనాలై నైట్ 'క్వీన్' పరిమిలమిదని

ఎడారిలో నీడలా

నడిసంద్రంలో సడి చేయని నీ ఓడలా
నీ ఒడి నీండా నా నీడలా
ప్రేమ నింపేలా
నా మనసు జ్వలించేలా

విరి వానల ఝురిలా
మల్లెల జల్లులా
నాకు కావాలి... ఎల్ల వేళలా
నీ ప్రేమఫల రస గుబాళింపులు

నీ సిరి నవ్వుల సిగ నా ప్రేమనగ
నీ మోము కనగా... నా ఎడద విరిసెగా
నీ కర స్పర్శలో... నా మోము నగువగా
వేడుక నిండే ఒడి పండగా

నిన్ను చూడని నా కనులు
వర్షించని... మెయిలులు
మైదానాలలో మేఘాల ఊసులు
వినిపించవులే.... వినోదం మూలుగులు

ఒకసారి
'కని'పించినా... పురి విప్పిన పింఛమునే
మబ్బులొదిలిన శశినే
కానరాని... నీవు
కనాలని ఆశించే నేను

తుమ్మెద చేరని మకరందం
మధు వందాని 'మరువం'
మరేది
నా మురిపానికి లేదే ఉషోదయం

నిశిలో.... ఆశల మదిలో...

ఈ నిశిలో
నీ ఆశలో
నా మదిలో చెలరేగేనో్న కోర్కెలు
మది నిండుగా ... నా చెలితో

తెలియని అలలలో
'మన'కర స్పర్శలో--- మనసుల సేదలో---
చేరువైన వేళ
ఎందుకులే ఆద్యంతాలు.....

మేఘసందేశం

నీకో 'మేఘసందేశం' రాద్దామనుకున్నా
కానీ కవిని కాదని గుర్తించుకున్నా
నీకోసం 'కృష్ణపక్షం' చూసాను
కాని ఓపలేకున్నాను .. నీ స్థాయి లేదనుకున్నా
పోనీ!
'శృంగారనైషధం' కలగన్నా
.... కనులు మూత పడకున్నా

పదే పదే 'రాధికా స్వాంతనం'
ఇద్దామన్నా నాకు.... లేదు కదా 'స్వాతనం'
చిత్రమనుకున్నా- -
చిత్తమగాని అల్లరనుకున్నా

మరేమి చేయను...
నా మదిని నీకర్పించిన
సమయాన..... ఆలోచనలు చేయలేను
నిరీక్షణను వెంటేసుకుని
వేచిచూడలేను...

సంధ్యా రాగం

ఒంటరితనం అతి భయంకరమని
నీ ఎడబాటుతోనే తెలుసుకున్నాను
తనువు మనసు నీ దరికి చేరిన క్షణమే ......
నేను నీ ప్రేమకు
దాసోహం అయిపోయాను..

మనసు పలికే తొలిముద్దు

పెదవుల తొలకరి
పదాల సరిహద్దు
మన తొలి ముద్దు
చెరిపేసిన ... అసంతృత్తుల మలి పొద్దు

చలి వేళ చిరు గాలుల
నలిగిన చిరు కౌగిలి
నా ప్రేయసి ... మనో
స్పర్శల తొలి చక్కిలిగిలి

ఆమె అధరాల ఆధారం
మనో చిత్రాల కధారవర్ణం
నీ మనస్సు భాష
నా మానస మధురిమలకు సూత్రం

మ'నమధ్య' లేవు హద్దులు
చెరపాలి 'నీ' 'నా' అంతరాలు
'ప్రేమ భాష'కు భాష్యాలు
చెప్పలేక పోయారు కవులు

కానీ

నా కందిస్తున్నాయు చక్కని భావాలు

అర్ధనిమీల నీ నేత్రాలు

మరి... నాకేం.... లేవు

దుఃఖ విభాజితాలు

నువ్వొస్తావని

కలలోకినువ్వొస్తే
మెలుకువను ద్వేషిస్తా
కళ్లెదుట నిలుచుంటే
కరిగే కాలాన్ని నిందిస్తా

నీ ఊసులు వింటున్న వేళ
ఏకాంతమివ్వని
లోకాన్ని బ్రతిమిలాడుతా

ప్రేయసి
బహుశా నాలోని ద్వేషానికి
జన్మనిచ్చిన కారణం నువ్వు
నిన్నెప్పుడు పొగుడుతుంటా
మనము జతగా ఉన్నప్పుడు
కాలం ఆగిపోవాలని ఆశిస్తాను

నీతో జీవితం కరిగిపోని
కల కాకూడదని కోరుకుంటాను
నీ ఒడిలో తలవాల్చి
ఇక చాలని ప్రాణం నీ వెంట
తీసుకుపో అని వేడుకుంటాను.....

'కల' రాదు

కలలు కందామన్నా
నిదుర రాదు
ఆర్తి తీర నున్నదారి లేదు
ఆత్మీయతా నన్ను ముంచెత్తే
ప్రేమకన్నా మిన్న లేదు ఈ జగాన

ప్రేయసి కన్న మధురం
ఆమె.... అందించే ఆదారం
కానరాదు కదా
లోకాన మరో స్వర్గం

నా మనసు నీతో నిండినది
నా మనిషి నీవేనన్నది
ఎద నిండిన తోడు ఎడబాయలేను
కానరాని... రూపం
కడు కష్టం...

అయినా ...
నా మది దోచిన నీవు
ఎటెల్లిపోయావు..!?
నా కన్నులలోనే కదా నిలిచావు

ఓ నిశివేళ

చెలితో సరసపు హేళ
ప్రేమతో మాటల రంగీళ
నిరాశ లేని 'నిశ్శబ్ద' జోల

రెండు మనసులు చేసే 'మాన' మాటల రస స్పర్శ
ఓ జీవితానందపు... మైమరపు
నిదురించే గుండెకు ప్రేమ
ప్రేమ ఓ ఓదార్పు

ప్రియా.....
వసంత సమా రాగపు శశి
హేమంత వర్ణశోభిత.. నిశి

నా ప్రేమ లోతుల 'వారాసి'
చేరువేనున్న..... దూరమనే భావపు 'మిరాశి'

సంధ్యా రాగం

అనుభవాల జడిలో... ఓ ఆర్తి జడ...

నీ ప్రేమందించే స్ఫూర్తి
మరచి పోనవసరం లేదు
మరుపురాని 'గుర్తు' లేదు
ప్రియా........

నీ జ్ఞాపకం...ఓ 'వెచ్చని' చిహ్నం
నీ రూపం....తరగని సుగంధం
ఇవన్నీ....
గత కొన్నేళ్లుగా నన్ను ఓదార్చే స్మృతులు

చెబుతాయి ఎన్నెన్నో శృతులు
నీ చేతులలో కరిగే క్షణం
ఆగిపోని ఈ ప్రపంచం
అదే కదా శాశ్వతానందం

ఏం కావాలిరా......
జీవితానికి ఇంతకన్నా పరమార్థం
ప్రేమ 'అర్థం' కాని అర్థం
ప్రేమ 'అర్థం' లాంటి చిత్రం

రాత్రివేళ జ్ఞాపకాల ముప్పిరి

లేచి చూస్తే..... రాలేను... నీదరి
నిన్నటి ఓ శిథిల శిల్పం
మిగిలే ఓ జ్ఞాపకం

రేపటి పైన ఆశ......
ప్రేమలో రగిలే శ్వాస
చేరాలనే సుధీర్ఘ ప్రయాణ ప్రయాస

మనసు చేసే 'మధుర లాలస
చేరలేనేమో..... ప్రేమనందుకోలేనేమో
ఇదో..... నిరాశ

అయినా...
వచ్చేస్తూ...... నేను
ఇచ్చేస్తున్నా... నన్ను నేను
ఆశలో..... జీవిస్తాను

'అవునా'.... అని ప్రేమతో నీ వంటేను
గుండెనిచ్చి చూడమంటాను

రస ప్లావిత అనుభవసారం

నీ ప్రేమ ఇచ్చే మధురానుభూతి వేదం
మరిచి పోదామనుకున్నా
మరుపురాదే... నిన్నటి జ్వాలనా చిత్రం

శరీరాలు జ్వలిస్తే
మనసు రగిలితే
ప్రేమ శ్వాసిస్తే
నువ్వు.... నేను

ఓ శాశ్వత... కల కూజిత స్వనం
వర్షం అమృత ధారల్లా కురుస్తున్నా
చలిగాలి... చెలిగాలిలా వెచ్చగా ఉన్నా
శీతల పవనం...... 'తల' పలకరింపలేకున్నా

నాకెందుకో...... మనస్థాపం
ఎందుకని... వదిలేసిన గాలి 'చెలి' ... ప్రశ్న
దగ్గర లేదుగా చెలి ... జాలి జవాబు
మరెలా నాకు కలుగునో
ప్రకృతి మధుర గానాలలో లత్వ...... జడి

ఆమె చెంత లేని చింత
నన్ను నిలువలేనీయటం లేదు కూసింత
పరుగులు పెడదామంటే
అమ్మో.... బోలెడు
దూరమంత

అయినా....
ఆమె మనసు నాదనే తలపురింత
కలిగిస్తుంది.... నాలో పులకరింత
ఇది చాలదు.... ఓ జీవితమంతా

నిన్నటి రేయి

నిన్న రేయి మలి జాము
ప్రళయ నిర్జన విరజర
ప్రళయ ఝంకార
పురవాలు

ప్రకృతి విరసిన వాడి వేడి జడి సవ్వడి
భయం వేసింది....
చుట్టూ నిర్జీవ దీరవం
అతి భయం...... ఆ దిన మయింది.

వేచి చూశాను.... దూరంగా ఓ దీపం
అస్పష్ట రూపం వెలుగు కిరణం
దగ్గర మలిస్తూ... నన్ను దగ్గరకు తీసుకుంటూ...
ఆ ఒడిలో నేను...

ఆ కౌగిలిలో నేను... ఆమె పెదాలు నావి
ఆ కౌగిలి ఆనంద తేనెలు నావే...
భయం వీడిన ఆక్షణం
ఆనందంలో రమించిన ఆ నిముషం

భయం వదిలి.....
కాని... మరో భయం నాలో కదలి....
ఈ రూపం... దూరమైతే ...
అదో ఆవేదనా కడలి

అయినా... భయం అవసరం
అది అనవసర భయం...
నీ వదిలిన శరం....
నా మనసుకు సేద తీర్చే వరం
నీ మంచిమాటల అభిషేకం...

శరీరాల రాపిడిలో ప్రేమ...!?

మరి మనసుల దోపిడీ ఏమా...!
'నీ"నా' కాని మది వెనుక
నీడ వంటి ప్రేమ
జాడ కనుమా.....

నీ కంటి స్పర్శ
నా కర స్పర్శ
నీ మనసు నాదనుకుని
నిన్న రేయంతా నీ కలలే

ఇది అసత్యం లే....
అసలు నిన్న రాత్రి కనులు మూయలే
మది నిండా నీ తలపులే...
మాటలు తేనెల ఊటలే

కాదు...
మధురోహల ఊసులే
దీని పేరు నాకు చెప్పలే...
శరీర రాపిడి ప్రేమా....! ?
మరి ఆసుమధుర సుస్వర
ఊహల మధుర భావాలేమనాలి ప్రియా..?

మూగ మాటల – ఊసులు

మూగ మాటలు
మనసు ఊహలు
ప్రేమ బాసలు
మౌనముగా ఓ భాష .. ప్రవాహాలు

లిపి లేని ప్రేమ యాస
'నీ' మది చెప్పిన
నిశ్శబ్ద మంజుల స్వరం
నా మానస చోధక రధం

పెదవులు తాకిన పిల్లనగ్రోవి
ఏది మధుర భావాల సుమధుర తావి
కావాలి ఓ సూత్రం
అదే కదా ప్రేమ భావం

సఖీ.....
రాధ కన్నుల 'లీల' వెలుగు
కృష్ణయ్య పేరాల వేణువే!
ఆ మధుర ప్రేమ భావం
మన ప్రేమకు ఓ మార్గం

ప్రేమ గతమున కొంచెమే

ప్రేమ గతమున కొంచెమే
ఇది పూర్వం
'ప్రేమ' ఇప్పుడు ఘనమే'
ఇది వర్తమానం

వీటి మధ్యన బేధం
నీ మనసు చెప్పిన 'స్పర్శ పూరిత' భావం
అందుకే
ప్రేమ అజరామరం

ప్రేమ ప్రేమను ప్రేమిస్తుంది
ప్రేమిస్తే ప్రేమ పెరుగుతుంది
ప్రేమించి పెరిగే ప్రేమ
చిరకాలం.... నిలుస్తుంది

గెలిచే ప్రేమ కావాలి
అది 'నీవే' ఇవ్వాలి....
ఇది ఓ కవి భావ రవళి
మనసు మ్రోగించే అందెల సరళి

ఓ పున్నమిరేయి

అది నడిరేయి....
ఓ గాలి స్పర్శ
మలయమారుతం లా. నీ చల్లని..... నల్లని....
కనుల కాంతిలా

ఓ నడిరేయి... 'వాడి' లేని సడి
మెల్లగా నీకై నా వడి
నాకీయరాదా వెచ్చని నీ ఒడి

ఓ పులుగు..... ఓ పువ్వు
నన్ను చూసి నవ్వే
వాటిని ఏడిపిస్తా
నా వెంట ఉంటే నువ్వే
ఒంటరి నావి నవ్వే నిశి

నీ వుంటే... నాతో
నేనే చేస్తా
నీ ప్రేమలో వాటిని మసి

సంధ్యా రాగం

ఓ నెలరేడు

ఓ నెలరేడు..... నన్ను చూసి నవ్వేడు
నా తోడు... ఓ 'మబ్బుల' రేయని
నిజమే...

ఆ 'జత' లో ఓ చల్ల దనం
మాధుర్యపు సొబగు దనం
మరి నాకేది. ఆ సోయగం
గగనసీమ నీ కంధసీమనుకొన్నా

నీ 'కర' ద్వయం వినవస్తున్న
విక్వణమనుకొన్నా
అయినా...
అవన్నీ ఊహలేనన్నా

చెరకు వింటి వేలుపు'
నన్ను... వడిగా వడిగా నిన్ను చేరమని చెప్తున్నా...
చెలి చేరదు .. మది నీ ఊహను వీడదు

సఖీ....
రావా... నావైపు
'వలపు'లు తీయవా....
నాకై... ఓ పిలుపు నీయవా

నడిచే..... 'లు'

నడిచే దారిలో పూలు
నా పెదవుల్లో నీ నవ్వులు
రాదారిలో నీడలు
నీ పిలుపు సవ్వడులు

నడకకు నేర్పే నడతలు
నీ మాటల్లో తేనెలు
నవరసాలు
నవరత్నాలు

నీవు నన్ను నడిపించే నడకలు
కురిసే కరి మబ్బులు
వర్షం లోని మల్లెలు
హిమగిరుల సోయగాలు

నీ 'పిలుపుల' మధురిమలు
మరపుకు రాని
మధుర స్మృతులు
విడువలేని ... మదితలపులు

జీవితమొక 'ఆశ'

నిరాశ నిస్పృహల కలుసుకున్న 'ఆశ'
తీరని... చేరని... దూరమనుకున్న నవ్వు
నన్ను చేర(లే) నిదని మిన్నకున్న
నీవు రాక మునుపు

కాని.. నీ 'నీడ'
నాకు 'తృప్తి నిచ్చిన' జాడ
రస స్పర్శను తెలిపిన తేనెలవాడ
జరగ (లే) వు అనుకున్నవి
జరుగుతున్నాయని
తెలిసినవి

శాశ్వతంగా......
నీ తోడు...
కావాలి నాకు ఈడు .. జోడు
చూస్తాడా...ఆ దేవుడు... ?

అలరించిన అమ్మమ్మ ఇల్లు

సెలవులని అమ్మమ్మకి
ఎలా తెలుస్తుందో
ఇలా వచ్చి వాలిపోతుంది

బట్టలు సర్దుకుని
బరువైన సంచి
ఆనందంతో తేలికైపోయి
భుజాన వేసుకుని
అమ్మమ్మ ఊరికి పయనం

బస్సు ముందుకు వెడుతూంటే
చెట్లను వెనక్కి నెట్టేస్తునట్టు
ఎన్నో ఊహలు

గోదారి ఆహ్వానం పలుకుతున్నట్టు
కెరటాలతో పిలిచేది
పంట్ కి ఎంత బలమో
ఇంత మందిని తీసుకు
వెడుతుందనే ఇంజన్ తెలియని మనసులు

సరదా సరదా పాటలతో ఊరు చేరుకోగానే
అనురాగమంతా
తనకే సొంతమైనట్టు

కొబ్బరి బొండంతో ఎదురొచ్చే మావయ్య

ప్రేమను పంచే అత్తమ్మ
ముంజెలతో ఒడిలో కూర్చోపెట్టుకుని
కులాసా ప్రశ్నలు వేసేది
ఊరంతా చుట్టాలే
వరసను జోడించి
పలకరించే బంధువులే

పనసకాయ కోసి
రత్నాల్లాంటి మనవరాళ్లంటూ
ఎన్నో కథలు చెప్పే తాతయ్య లేకపోయినా
ఆయన జ్ఞాపకాలతో
నిండిన ఇల్లు మమతల కోవెల

నిండు ముత్తయిదువులా
పసిడిని నింపుకున్న పెసర చేను ఎండకు చిటపటమంటూ
కాయల్ని తటపటాయిస్తూ

సంధ్యా రాగం

మాతో ఆటలాడేది
పంట కాలువలన్నీ
వేసవి విడుదిళ్ళై
పిల్లల కేరింతలతో నిండిపోయేది

కాసిన్ని మాటలు

ఇటు విసిరితే
మధ్యాహ్నం తీరిక సమయంలో వేసుకుంటాను
కుదిరితే నాలుగు
మాటలు
వీలయితే మరో నాలుగు
మాటలు

కాలాన్ని కదిలించే
మీ మాటలు కాస్త
ఇటు వైపు చల్లండి
పైరు విరజిమ్మినట్టు
వెదజల్లండి

పంట పండినట్టు
మాటలతో కాలాన్ని మళ్లించవచ్చు
జ్యోతిలా వెలుగు నిచ్చే
మీమాటలు నాలో
అలుముకున్న చీకటిని
తరిమే ప్రయత్నాన్నిస్తాయి

సంధ్యా రాగం

మాటొక మార్గం
మీమాటొక బలం
మాట ఒక దృశ్యం
మాటే శాసనం
చివరికి జీవితం
మీమాటే

భమిడిపాటి గౌరీశంకర్
నీవే లేకుంటే నేనక్కడ

అజ్ఞాన తిమిరంలో అలమటిస్తున్న నాకు
నీ అక్షరం వెలుగు రేఖలా
తట్టి లేపింది

నిన్ను చదివిన నేను
నా జీవితాన్ని కొత్తగా మలచడంలో
ఎప్పుడు నిమగ్నమయ్యానో
గతాన్ని తిరగేస్తే
భవిష్యత్తు ఖాతాలో
దాగిన రహస్యం తెలిసింది

నిన్ను చదవటం నాకొక
అనుభూతి వ్యసనం
చదివాక తీరని దాహం
నన్ను నాకు పరిచయం చేసిన అద్భుతానివి

మట్టి నుండి మాణిక్యాన్ని
రాతి నుండి శిల్పాన్ని
చేసినట్టు
నన్ను చెరగని పేజీలా
చిత్రించిన చిత్రంలా
రంగుల మాయం చేసావు.

నీవే లేకుంటే నేనక్కడ
గాలేస్తే ఎగిరే పోయే
అలివిని నేను
పదుగురికి నన్ను నన్నుగా
గుర్తించే కొత్త వైనమే
నిన్ను పఠించడం

పుస్తకమా!
నీ స్థానమెప్పుడూ
నా మదిలోనే..
నా పయనం నీతోనే.....

విజేత

నన్ను తొక్కి ముద్దలు
ముద్దలు చేసి
ఎండబెట్టి నాలో దాగిన
జిగురు సత్వాన్ని సానబట్టి
సుతి మెత్తని రూపం తొడిగావు

నన్నే నేను పోల్చుకోలేనంత
ఆకారాన్ని చూసి ఏదో చేయాలనే నా సంకల్పం
నీకు తోడైంది

ఇంకా ఇంకా నాలో కొత్తదనాన్ని వెలికి తీసి
ఆరబెట్టి నన్ను నేనే
గుర్తించని కుండ ఆకారం
చక్కని రూపమైంది

పాదం తొక్కితే అణిగిపోయే
అలివి ప్రాణం నాది
నీకేమిచ్చి ఋణం తీర్చాలి
నాలో కాసిన్ని నీళ్లు పొయ్యి
నా చల్లదనాన్ని దార పోసి

సాటి మనిషి దాహం తీరుస్తాను
విజయాన్ని సాధించానని

జెండా ఎగురవేస్తాను

నన్ను నేను అమ్ముకునేందుకు సిద్ధపడతాను
ఖరీదు కట్టి సొమ్ము
చేసుకుని అవసరాన్ని గట్టెక్కించు
నీ ఋణాన్ని తీర్చుకునే భాగ్యంగా భావిస్తాను

భమిడిపాటి గౌరీశంకర్

చదువుల తల్లికి నూరేళ్లు

ఎంతోమందిని విద్యావేత్తలుగా
విజ్ఞానులుగా తీర్చిదిద్దుతుందో
లెక్కలు తేలని చిట్టాలు
వెలుగును వికసింప చేస్తూ

ఆ వెలుగులో తాను మురిసిపోతూ
పలకరిస్తూనే ఉంది
వెలుగులు పంచే అమ్మ ఒడి
ఎన్నో వాదనల ప్రతివాదనల

ఫలితం ఆనాటి స్థాపితం
ఇంతింతై అన్నట్టు
అంచెలంచెలుగా
దినదినాభివృద్ధి చెందుతూ
నేడు శతాబ్దిలోకి అడుగుపెడుతోంది

ఒడిదుడుకులు ఎదురైనా
పరభాషపై మొగ్గు చూపినా
అమ్మ భాష ప్రేమను పంచుతూనే ఉంది
వెలుగులీనుతూనే ఉంది

(ఆంధ్ర విశ్వవిద్యాలయానికి శత సంవత్సరం)

చివరిగా నాదో మాట......

కవిత్వానికి ఓ అస్పష్ట, అమూర్త భావనతో పాటు సృష్టమైన లక్ష్య గమ్యం కూడా అవసరమే' నంటారు సంజీవ్ దేవ్, కాసుదాసు, భవభూతి, కృష్ణదేవ రాయలు తదితర ప్రాచీన కవులతో పాటు ఆధునిక శిష్టా, పట్టాభి, శేషేంద్ర శర్మ, 'మో' లు కూడా ఇది ఆచరించారు. 'ఉన్నవాటిని' చూసి వర్ణించటం సులభం.

కాని, ఓ అమూర్త భావన 'వృక్తి'త్వాలను ఊహించి చెప్పటం కష్టమే.. ప్రతీ అక్షరం,భావ కల్పన 'కవి' అనుభవాలు కానవసరం లేదనేది ' ప్రసిద్ధి రచయిత బుచ్చిబాబు వ్యాఖ్యానం. నాకు తోచిన, అనిపించిన, అనుభవించిన కారు మబ్బుల వేళ కురిగిన తొలి వాన చినుకుల మట్టివాసనను పీల్చే భావాలే ' సంధ్య రాగం'! నాకు కవిత్వం రాయటం రాదు. చదవటం మాత్రం వచ్చు. ఇది నేను మూడు దశాబ్దాలుగా చేస్తున్న 'మనో కవిత్వ సేద్యం', కేవలం నాకోసం.. అంతే...

-రచయిత

KASTURI VIJAYAM

📞 00-91 95150 54998
KASTURIVIJAYAM@GMAIL.COM

SUPPORTS

- **PUBLISH YOUR BOOK AS YOUR OWN PUBLISHER.**

- **PAPERBACK & E-BOOK SELF-PUBLISHING**

- **SUPPORT PRINT ON-DEMAND.**

- **YOUR PRINTED BOOKS AVAILABLE AROUND THE WORLD.**

- **EASY TO MANAGE YOUR BOOK'S LOGISTICS AND TRACK YOUR REPORTING.**